தமிழ் தோட்டம்

ச. மீ. லெட்சுமி கௌரி & மு. யாமினி சோனா வைஷ்ணவி

Copyright © S. M. Lakshmi Gowri And M. Yamini Sona Vaishnavi
All Rights Reserved.

ISBN 978-1-63781-305-8

This book has been published with all efforts taken to make the material error-free after the consent of the author. However, the author and the publisher do not assume and hereby disclaim any liability to any party for any loss, damage, or disruption caused by errors or omissions, whether such errors or omissions result from negligence, accident, or any other cause.

While every effort has been made to avoid any mistake or omission, this publication is being sold on the condition and understanding that neither the author nor the publishers or printers would be liable in any manner to any person by reason of any mistake or omission in this publication or for any action taken or omitted to be taken or advice rendered or accepted on the basis of this work. For any defect in printing or binding the publishers will be liable only to replace the defective copy by another copy of this work then available.

எங்களால் 'செய்ய முடியும்' என உற்சாகப் படுத்தியவர்களுக்கும், 'செய்ய முடியாது' என ஊக்கப்படுத்தியவர்களுக்கும்....எங்கள் அன்பான தாய், தந்தையருக்கும் ... மற்றும் எந்நிலையிலும் உடன் நிற்கும் நண்பர்களுக்கும் சமர்ப்பணம்.

பொருளடக்கம்

முன்னுரை	vii
நன்றி	ix
1. அணை எழுப்புகிறேன்	1
2. நம் மொழி தமிழ்	13
3. இதயச் சிறகுகள்	15
4. அகதி	20
5. நிலவின் முட்டாள் ரசிகன்	23
6. கண்ணீருடன்... கனவிர்க்காக...	27
7. ஓர் தேநீர் கிறுக்கன்	32
8. பூ	36
9. ஆசை	39
10. தீமையிலும் நன்மை	42
11. எனக்குள் நீ	48
12. எந்தன் மூச்சு	56
13. என் அன்பு கலங்கரை	59
14. மரம்...!	61
15. என் காதல்	63
16. என் உயிர் தந்தைக்கு...	66
17. மனிதி	68
18. விழித்திரு	70
19. காதல் மலர்	73
20. பெண்கள்	77
21. பெண்மையின் பேராற்றல்	79
22. அம்மா...	82
23. அன்புள்ள தோழனே,	84
24. நிலத்தடி நீர்	86

• v •

பொருளடக்கம்

25. நம்பிக்கை	89
26. அன்பெனும் கடல்	91
27. தனிமை	93
28. பிறந்தநாள்	95
29. நாடோடிகளின் நாடோடியாக	102
30. ஆளுகின்ற வர்கம்	105

முன்னுரை

பல கவிஞர்களின் முயற்சிகளும், பல வித்தியாசமான படைப்புகளும் கொண்ட கவிதை புத்தகம் இது. ஒரு எழுத்தாளருக்கு அங்கீகாரம் கிடைப்பதே அவரின் படைப்பு வெளிவரும் போது தான். என் முதல் புத்தகம் பலரின் திறமையை வெளிக்கொணரும் வகையில் அமைய வேண்டும் என்ற எண்ணத்திலும், பலருக்கும் மகிழ்ச்சி கிடைக்க வேண்டும் என்ற ஆசையிலும், பல சிறந்த எழுத்தாளர்களின் படைப்புகளை ஒன்றிணைத்து புத்தகமாக வெளியிட்டுள்ளேன். வாழ்நாளில் ஒரு புத்தகமாவது வெளியிட வேண்டும் என்பது பள்ளிப்பருவத்திலிருந்தே எனக்கு இருந்த கனவு. அந்த கனா இத்தனை விரைவில் அழகான தோட்டமாக உருமாறி, பல வண்ண வண்ண பூக்களாகச் சிரிப்பதைப் பார்த்து ஆனந்தத்தில் திகைக்கிறேன். இந்தப் புத்தகத்தின் ஒவ்வொரு படைப்பும் எனக்குள் ஏற்படுத்திய தாக்கத்தைப் போலவே உங்களுக்கும் ஏற்படுத்தும் என்று உறுதியளிக்கிறேன்.

- ச. மீ. லெட்சுமி கௌரி

நன்றி

பொது நன்றியுரை :

எண்ணியதை எண்ணியவாறே செய்து முடிக்க உதவிய உதவியாளர் 'பிரபஞ்சத்திற்கு' எங்கள் முதல் நன்றி. எத்தனைக் கோடி நன்றிகள் சொன்னாலும் ஈடாகாத எங்கள் பெற்றோரின் பாசத்திற்கு எங்கள் அடுத்த நன்றி. உற்சாகத்துடன் எங்களை ஊக்கமும் படுத்திய 'தமிழ்த் தோட்டம்' புத்தகத்தின் துணை-எழுத்தாளர்களுக்கு நன்றி. எங்களுடன் இறுதி வரை உடனிருந்து எல்லா வேலைகளிலும் உதவி செய்த "கா. சத்யஜோதி" மற்றும் "கிறிஸ்டி ஞான தீபா" ஆகிய தோழிகளுக்கு நன்றி. எந்த வித எதிர்பார்ப்பும் இன்றி எங்களுக்கு எத்தனையோ நண்பர்கள் பல வகையில் உதவியுள்ளனர். அவர்களுக்கு எங்கள் அன்பார்ந்த நன்றிகள்.

நன்றி

பிரபஞ்சத்திற்கு நன்றி. இந்த சமயத்தில், என்னை எப்போதும் ஊக்கப்படுத்திக் கொண்டே இருக்கும், என் மீது அதிக நம்பிக்கை வைத்திருக்கும், என்னை வளர்த்த என் பெரியம்மா "பா. அனுசுயா தேவி"க்கு என் நன்றியை தெரிவித்துக்கொள்கிறேன். மேலும், எனக்கு முதல் முதலில் கவிதை எழுதக் கற்றுக்கொடுத்து என்னை ஊக்கப்படுத்திய என் பள்ளி தமிழ் ஆசிரியர் கிருபாகரன் ஐயா அவர்களுக்கும், எனக்கு உதவி செய்த ஆசிரியைகள் ரம்யா, கவிதா ஆகியோருக்கும் என் நன்றியை தெரிவித்துக் கொள்கிறேன்.

- ச. மீ. லெட்சுமி கௌரி

ஒவ்வொரு பெண்ணின் வெற்றிக்குப் பின்னாலும் ஒரு ஆண் இருப்பான் என்பார்கள். ஆனால் என் வெற்றிக்கு என்றும் வழித்து-

ணையாகவும், உறுதுணையாகவும் இருப்பது என் தாய் தான். நான் வெற்றி பெற விரும்பி , என்னுள் பல சாதனைகளை செய்ய தூண்டும் அவள் ! என்னை நொக்கி வந்த காயங்கள் அனைத்தையும் எடுத்துக் கொண்டு என்னுடன் நின்று புன்னகைத்த அவள் ! தான் தனிமையில் மகிழ்ச்சி கொள்ளாவிட்டாளும் என் அருகே என்னை தன் மகிழ்ச்சியாய் கொண்ட என் தாய் "ஜெயசித்ரா"க்கு என் நன்றியை தெரிவித்து கொள்கிறேன்.

- *மி. யாமினி சோனா வைஷ்ணவி*

1. அணை எழுப்புகிறேன்

பல குரல்கள்
காதினுள் ஒழித்துக் கொண்டே இருக்க
அதை தலைக்குள்
ஏற விடாமல் அணை எழுப்புகிறேன்.
சத்தங்கள் எல்லாம்
என் உயிரானவர்களது
என இருப்பினும்
அது என் கனவுகளின்
குரல்களை ஒழித்துவிடுடோ
என அஞ்சி பலமாக எழுப்புகிறேன்
என் செவிகளுக்கான அணையை.
என் வாழ்க்கையை
நான் வாழுவேனென்று
உயர்வாக எழுப்புகிறேன்
என் செவிகளுக்கான அணையை.
எத்தனைப் புயல்கள் வந்தாலும்
என்னை மீறி என் கனவுக் கோட்டையை
சாய்க்க முடியாது என
உறுதியாய் எழுப்புகிறேன்
என் செவிகளுக்கான அணையை.
என்னுள் ஒலிக்கும்

என் எண்ணங்களின் சத்தம் மட்டும்
என் செவிக்கு கேட்டு
அதன் படி என்னை வழிநடத்த
துணிவுடன் எழுப்புகிறேன்
என் செவிகளுக்கான அணையை.
இந்த உலகக் குரல்களில்
என் கனவுகளை அழிக்காமல் இருக்க
பிரமாண்டமாக எழுப்புகிறேன்
என் செவிகளுக்கான அணையை.

- ச. மீ. லெட்சுமி கௌரி

என்னவள்

என்னவளை எண்ணியே
எழுதிய எனது முதல் கவி.

தேயாத நிலவும்
மேகத்தினுள் மறையுதே
அவளிடம் தோற்க அஞ்சி.

சற்றே கலைந்த கூந்தலோ
கடல் அலையாய்
முன்னும் பின்னும் ஊஞ்சலாட

நானோ அலை இடையே
சிக்கிய மீனாய்த் தவிக்கிறேன்.

விழி அசைவால்
விண்ணையும், என்னையும்
ஆளும் மேனகை அவள்.

ஓசையிடும் அவளின்
ஒற்றைக் கொலுசின்
ஒலியைக் கேட்டு
மன்மதனும் மயங்கி போனதென்ன,
என் ஜீவனும் அதற்கு அடிமையானதென்ன.

அவள் என் காதல் மலர்
தொடுத்த கோதையோ- இல்லை
என் மனம் புகுந்த ராதையோ?....

கஞ்சம் கொண்ட பிரம்மனோ
அவள் ரதி இடை ரசிக்க
எனக்கு இரண்டு கண்கள்
போதும் என்றே நினைத்துவிட்டான்.

விளையாட்டாய் தொடங்கிய கதையை- இன்று
காதல் விதையாய் என்னுள் விதைதேன்.

தீவினை ஏதும் நிகழாமல்
நலமாய் நாட்கள் நகரவே
என்றென்றும் மௌனமாய்
உன்னை ரசித்துக் கொண்டிருக்கும்
என் காதல் .

- ச. மீ. லெட்சுமி கௌரி

உறவுகளை உயிர்ப்பிப்போம்

சொந்தங்களே சொத்தாக
உறவுகளே வாழ்வின் அர்த்தமாக
கூடி இணைந்து
சிரித்து மகிழ்ந்து சித்திரம் பேசி
சிறப்பாய் செழித்தன
நம் உறவுகள்....

ஒற்றை அடுப்பாங்கரையுள்
ஒன்றிணைந்து பெண்கள்
கூடி செய்த சமயலும்
கூட்டு அவியலும்
அன்பின் ஒற்றுமையாய்
உறவுகளின் நெஞ்சங்களில்
நிறைந்து நின்றன

திருவிழாக்களும் பண்டிகைகளும்
தித்திக்கும் ஆட்டங்களும்
உறவுகளின் கொண்டாட்டங்களும்
சுட்டியான சேட்டைகளும்
சூடான பலகாரங்களும் கொண்டு
உறவாடின நாட்களே
நினைவில் என்றும் அழியா பொக்கிஷம்

காதணி முதல் கல்யாணம் வரை
கைபிடித்து உடன் நடக்கும் மாமா
அன்பும் அக்கறையும்
அளவுகடந்து காட்டும் அத்தை
பால் நிலவை காட்டி
தேன் ஊற கதை சொல்லும் பாட்டி
அன்பெனும் குடைக்குள் வைத்து
ஆசையாய் முத்தமிடும் அம்மா
களவாணித்தனம் செய்த போதும்
கண்டிப்பால் காதலைக் காட்டும் அப்பா

ஆனால் இன்றோ
கால ஓட்டத்தில்
ஏதேதோ மாற்றங்கள்

சிரிப்புச் சத்தங்கள் எல்லாம்
நிசப்தமாக மௌனம் காக்கும்

தனித் தீவினுள்
மனிதனின் விரலுக்கும் விசைப்பலகைக்கும்
மட்டும் தொடரும் உரையாடல்

இதுவோ
உறவில்லா மனிதன்
அரை மனிதன் என்பதை
உணராத தலைமுறை

தொலைபேசியின் பயனே
தொலைதூர உறவுகளை
தொடர்புகொள்ளத் தான்
தொலைப்பதற்கு அல்ல

அன்பாய் ஆனந்தமாய்
அழகாய் வாழவே
மீண்டும் கூடி இணைவோம்
கூட்டுக் குடும்பத்தில்

திசைகள் நான்காக குடும்பங்கள்
தீவாக நகர்ந்த நிலையிலும்
என்றுமே நெஞ்சில் பசுமையாய் படர்ந்திருக்கும்
கூட்டுக் குடும்பமே என்றும் கிழக்கு.

- ச. மீ. லெட்சுமி கௌரி

அறம் செய்வோம் குடும்பம்

அறம் செய்யவே துணிந்துவிட்டோம்
இளம் மாணவர்களாய் நாம் இணைந்து விட்டோம்
எட்டே பேர் தொலைபேசியில் தொடங்கி
இன்று எட்டாத விருட்சம் போல் வளர்ந்துவிட்டோம்

நம் திறன்கள் எல்லாம் வளர்த்துக் கொள்ள
வரம் போல் கிடைத்த வாய்ப்பு இது.
படைப்பாற்றல் பன்மடங்காய் வளர்ந்திட
நமக்கு அடித்தளம் அமைந்ததிங்கு.
விவாதங்களில், பல யோசனைகள்
நமக்குள் பரிமாறிக் கொண்டோம்.
எதிர் எதிர் அணியாக இருந்தாலும்
அன்போடு நட்பு பாராட்டிக் கொண்டோம்.
ஆண்டுகள் பல கடந்தாலும்,
இங்கு கிடைத்த அனுபவமும், நட்பும்

வானம் விட்டு நீங்காத மேகம் போல்
நிலைத்து நிற்கும் என்றென்றும்.....

நிகழ்ச்சிகளும் அதன் ஏற்பாடும்
நம் சமூக உணர்வை மேலும் உயர்த்தியது.
குழந்தைகளோடுக் கூடிப் பேசயில்
நம் மனங்களும் மழலை ஆகின.
ஒவ்வொரு முறை கிராமம் செல்கையிலும்
சொந்த ஊருக்குச் சென்றது போன்ற
அன்பும் வரவேற்பும் மகிழ்ச்சி தந்தது.
ஒற்றை நாள் சுற்றுலா என்றாலும்
என்றும் நினைவுகளோடு சுற்றித் திரியும்
மறையா அனுபவங்கள் நம்
மனதோடு சேர்ந்துக் கொண்டது.
ஒரு நாள் உணவிட்டாலும்
அவர்களின் மகன், மகள் போல்
வாழ்ந்த அந்த நாள்,
வருடம் முழுதும் திருப்தி தந்தது.
பிறருக்கென வாழ்ந்த ஒவ்வொரு நாளும்
மகிழ்வான மனநிறைவை அளிக்கவே
நாம் மாறி மாறி முகம் பார்த்து
புன்னகைத்துக் கொண்டோம் பேரின்பத்துடன்.

சமூக உணர்வினுள் இங்கு
சொந்தமாக இணைந்தோம்.
கலைநிகழ்ச்சி விழாவினுள்
ஆடிப்பாடி மகிழ்ந்தோம்.

ஓடி வந்து உதவும் போதெல்லாம்
சகோதரத்துவம் உணர்ந்தோம்.
எளியோர்க்கெல்லாம் உதவும் எண்ணத்தால்
அழகான குடும்பமாக மலர்ந்தோம்.
ஆலமர விழுதுகள் போல்
மக்களின் நிழலாய்
இன்னும் வளர்வோம்
அழகாய் செழித்து நிற்போம்.......

- ச. மீ. லெட்சுமி கௌரி

2020 கற்றுக்கொடுத்த பாடம்

இயற்கையெல்லாம் அழிந்து அழித்து
இயந்திரங்களுக்கு இரையிட்டோம்...!
பசுமை நிலங்களெல்லாம் தொழில்மயமாக...!
நிறைந்த நீரோடைகளெல்லாம் நெகிழிகளாக...!
காற்றெல்லாம் கார்ப்பரேட் புகைகளாக...!
சிறுக சிறுக சாகடித்தோம்
சிறப்பாய் சிரித்த செழுமையை...!

ஊழ்வினை எல்லாம்
ஒன்றாய் உருவெடுத்து,
மானிடன் கற்றறிய,

இயற்கை கற்பித்த
மகத்தான பாடம் தான் - 2020.

இனியேனும்,
எஞ்சியுள்ள வளங்களைப் பேணுவோம்
இயற்கை வளங்களைக் காப்போம்...!

- ச. மீ. லெட்சுமி கௌரி

என்னைத் தேடிச் செல்லும் பயணத்தில், என் கனவுகளையும், இலட்சியங்களையும் உடன் அழைத்துக் கொண்டு தன்னம்பிக்கையோடு வாழ்வின் ஒவ்வொரு நொடிகளையும் உற்சாகமாய் கடந்து செல்லும் நான் பாத்திமா கல்லூரியில் ஆங்கிலம் மூன்றாம் ஆண்டு பயின்று வருகிறேன். தமிழிலும், எழுதுவதிலும் ஆர்வம் அதிகம். 'பிறருக்கு உதவுவதே நம் வாழ்க்கையை அர்த்தமாக்கும்' என்ற பொன் மொழியை என் வாழ்வின் ஆதாரமாகக் கொண்டு வாழ்கிறேன். இந்த அழகான வாழ்க்கைப் பயணத்தில் இன்னும் பல வெற்றிகளைக் காண உற்சாகத்துடன் ஓடிக்கொண்டே இருப்பேன்

2. நம் மொழி தமிழ்

எனக்கு மரணமில்லை...
என தமிழுக்கு அழிவில்லை...
மொழிகளிலேயே இல்லை
என் தமிழைவிட சிறந்தது
வேறொன்றும் இல்லை.
புதுமை கண்டான் பாரதி...
புது சரித்திரம் படைத்தான் பாரதி.
மனதின் கோபத தீ தான் அனையும்?
என் தமிழனின் வீரம் தான் குறையுமா?
ஏறு தழுவுடலின்றி ஏதடா நம்மினம்?
ஆங்கிலம் வந்தால் எங்கே சென்றது உன் சினம்?
பார்க்கக்கூடிய கைக்குட்டையா எனது தமிழ்?
பலக்காலங்களுக்கும் நிலைத்திருக்கும் வைரம் போன்றது என் தமிழ்.
அழிக்க முடியுமா என் ஆருயிர் தமிழை?
முயன்றுதான் பார் பிறகு உணர்வாய் உன் நிலையை
தமிழன்! தமிழன்! என்று உரக்கக் கூறிப் பார் !
உனக்குள்ளும் பாரதி உறக்கத்திலிருந்து விழிப்பான் பார் !
- மு. யாமினி சோனா வைஷ்ணவி

யாமினி சோனா வைஷ்ணவி மதுரையில் உள்ள பாத்திமா கல்லூரியில் இலங்கலை மூன்றாம் ஆண்டு படித்து வருகிறார். ஆங்கிலம் பயின்று வந்தாலும் தனக்கு தமிழ் மிகவும் பிடிக்கும் என்று கூறுகிறார். மேலும் இனைய தலத்திலும் கவிதைகளை வெளியிட்டு வருகிறார்.

3. இதயச் சிறகுகள்

தனிமையில் நடந்தேன்
கண்டேன் அவளை,
செல்லும் பாதையில்
சுற்றிலும் கவலை;

சிந்தனை ஓடையில்
ஆயிரம் படகுகள்,
காதலில் பூத்தன
இதயத்தில் சிறகுகள்;

மௌன இராகத்திற்கு
அவளின் குரல்,
அன்புடன் வருடும்
காற்றின் விரல்;

கண்களில் பொழியும்
காதல் மழை,
புன்னகை பூக்களின்
புதுமைப் பிழை;

இளஞ்சிவப்பு உதடுகளின்
இனியதோர் நடனம்,
கூந்தலில் ஒளிர்கிறது
வானவில் வனம்;

வாடிய பயிர்களுக்கு
வாழ்வு கொடுத்தாள்,
சாதி சமயத்தை
வெறுத்து வேரறுத்தாள்;

இனிவரும் காலங்களில்
இலக்கியம் மலரும்!
இதயச் சிறகுகளுடன்
இக்காதலும் வளரும்!!

- வெ.ஹேமந்த் குமார்

பூக்கும் காதலோவியம்

ஒருதுளி வண்ணம்
கொடுத்தது முத்தம்,

இப்புவியெங்கும்
நம் காதலின் சத்தம்...

வெண்திரையில் நீ
கிறுக்கிய ஓவியம்,
முற்றிலும் நிறைந்தது
ஆழ்மன திரவியம்!

அணைத்து அணைக்கும்
சித்திரம் பழகும்,
அவள் தூரிகை பிடிக்கும்
மென்மையின் அழகும்!!

வாழும் நாட்களில்
நாடகம் கொஞ்சம்---
இதயத்தில் வாழும்
நெருப்பும் கெஞ்சும்;

உறைந்த மூளையில்
அற்புத அலைகள்,
உன் கற்பை காக்கும்
என் காதல் கலைகள்;

வரைந்து முடித்தாள்
ஒரு கடவுள் படத்தை?
மனிதமும் காதலும்
என் கடவுளின் நடத்தை;

புள்ளிகள் கோர்த்து
பூக்கள் பூத்தன,
அன்பின் நறுமணங்கள்
காற்றில் மலர்ந்தன.

- வெ.ஹேமந்த் குமார்

திரு.வெ.ஹேமந்த் குமார் அவர்கள் ஈரோட்டில் வாழ்கிறார். இவர் இளங்கலை ஆங்கில இலக்கியம் பயின்று, இளங்கல்வியியல் படித்து வருகிறார். தமிழில் மூன்று சிறுகதை நூல்கள் இயற்றியுள்ளார். இவரின் கவிதைகள் பிரபல மின்னிதழ்களில் பிரசரிக்கப்படுகின்றன. இவரின் ஆங்கிலக் கவிதை சிட்னியில் பிரசுரிக்கப்பட்டுள்ளது என்பது குறிப்பிடத்தக்கது.

4. அகதி

ஈழத்தமிழன் என் இனமடா
என்ற கம்பீரம்!
அவன் பாசையே
அவன் அடையாளம்,
அவனுள்ளிருக்கும் குமுறள்களும் ஏராளம்.

ஈழத்தமிழச்சியாய்ப் பிறந்து
இலங்கை அகதியாய் வாழும் நான்!
மாறியது என் முகவரி மட்டுமல்ல
என் கனவுகளும் தான்.

மருத்துவக் கனவு விடுகதையாகிட ,
அகதி என்ற பெயரும்
தாயகம் திரும்பும் ஆசையுமே தொடர்கதையானது...

முற்றத்தில்பூத்த வெள்ளைரோஜா
ரத்தத்தால் சிவப்பாகிப்போனது.
கண் இமைக்கும் நேரத்தில்
வெடித்த குண்டு,
இமை முடியாய் உதிர்ந்த உறவுகள்.

மனிதாபிமானம் புதைக்கப்பட,
மனிதியின் மானமும் பறிக்கப்பட்டது.

மூட்டை முடிச்சுகளோளாடு
உயிரையும் கையில் பிடித்துக்கொண்டு
நடுக்கடலில் தத்தளித்தது
படகு மட்டுமல்ல
எம்மக்களின் கனவுகளும் தான்...

- தே.ஷாரிகா

பி.எஸ்.சி.கார்டியாக் டெக்னாலஜி, இருப்பிடம்:இலங்கை அகதிகள் முகாம்,அழியாநிலை,அறந்தாங்கி. என் முதல் படைப்பு.

5. நிலவின் முட்டாள் ரசிகன்

நிலவை காண வெளியே வந்தேன்
என்னவென்று தெரியவில்லை அவளை காணவில்லை
அவள் இல்லாத வானத்தை ரசிக்க விருப்பமில்லை
இருந்தும் வானத்தையே பார்த்துக்கொண்டிருந்தேன்
அவள் வருவாளா என்று
நேரம் ஓடியது அவள் வரவில்லை
என்ன கோவம் என் மீது அவளுக்கு
என்று யோசிக்க
முட்டாள் அவளை ரசிப்பதிலேயை இருந்துவிட்டேன்
இன்று அமாவாசை என்பதை மறந்து!!

- செ. முகேஷ் மகாதேவன்

காத்திருப்பேன் அவளுக்காக

இரவுக்காக காத்திருந்தேன்
என்னவளை(நிலா) ரசிக்க
பளிச்சிடும் வெண்
முகத்தோடு அவள் வந்தாள்
வெண் மேகமும் வந்தது

எனக்கு இடையூராய்
அவள் முகம் மறைத்து
மேகம் விலக காத்திருந்தேன்
வெண் மேகம் மெதுவாய் விலக
அந்த ஆதவனே வந்தான்
அவளை மெல்ல மறைத்து
அவள் மறைந்து தான் போனால் அழியவில்லை
காத்திருப்பேன் அவளுக்காக அடுத்த இரவுக்கு

- செ. முகேஷ் மகாதேவன்

தூங்கா நகரம்

நம்மை தொட்டு செல்லும் காற்று.....
கடந்து செல்லும் வாகனம்.....
எட்டி பார்க்கும் நிலவு....
இரவில் மின்னும் மதுரை....
சாலை ஓர பயணம்....
துணைக்கு அருகில் நண்பன்....
ஆஹா..... காதலும் கடந்து போகும்....
கவலையும் மறந்து பேகும்.

- செ. முகேஷ் மகாதேவன்

உயிர் போர்

கத்தியுமில்லை-கனரக பீரங்கியுமில்லை,
சத்தமில்லாமல் சாகும் நாளும் வெகு தூரமில்லை!
இராணுவம் வேண்டாம்-மானுடம் அழிய!
வெறி பிடித்த விஞ்ஞானத்தில் ஒரு விஞ்(ஞானி)
போதும் அழிக்க!
அறிவியல் மாற்றம் பல கண்டாலும்
அழிக்க துடிக்கும் இதயம் மாறாதோ?!

- செ. முகேஷ் மகாதேவன்

*கிராமத்து காரன்... தனிமைக் காதலன், கொஞ்சம் வெட்கம்...நிலவென்-
றால் அவ்வளவு பிரியம், மதுரை அமெரிக்கன் கல்லூரியில் பயில்கிறேன்.*
[தனக்காக வாழ்வதா வாழ்க்கை]

6. கண்ணீருடன்... கனவிர்க்காக...

அவள் அமைதியாக அமர்ந்திருந்தாள்...
உறவினர்கள் வந்து அவள் எதிர்காலம் பற்றி பேச...
அவள் அமைதியாக அமர்ந்திருந்தாள்...
சுற்றத்தினர் சூழ்ந்து அவள் நன்மை பற்றி பேச...
அவள் அமைதியாக அமர்ந்திருந்தாள்...
அவள் அமைதியினுள் நுழைந்து
அவள் எண்ணம் அறியவே
அந்த ஆண்டவனும் காத்துக்கிடக்கின்றான்...
அவள் கண்களை பார்த்த போது
நான் தெரிந்துகொண்டேன்...
சித்தரிக்க முடியா ஒரு வலியை சுமக்கும் இதயமும்..
அதனுள்... வெளிப்படுத்த இயலா வார்த்தைகளும்
கொட்டிக்கிடக்கின்றன என்று...
மௌனமே கூறும் காயத்தின் ஆழத்தை...
ஆனால் அந்த மௌனமும் கூட
அவள் வலியை மறைத்துவிட்டது இன்று...

ஒரு நொடி பொழுது... தனக்கென கொண்டு...
இமை மூடி... வலியால்...
வேறு வழி இல்லாமல்...
வலியோடு பெருகும் நீரை
அவள் அணை போட்டு

கண்களுக்குள்ளே மறைந்தபோது
உணர்ந்தேன்....
மொழியும்... இசையும்...
மௌனமும்... காற்றும்...
கூற முடியாத அவள் ஏக்கத்தை...
பொறுமைக்கு கிடைத்த பரிசாய்...
மறுசொல் பேசாததன் பாராட்டாய்...
அமைதியின் விளைவாய்...
அன்று அவளுக்கு கிடைத்தது...
அந்த கண்ணீரே...
அழகு ஆபரணம் கேட்கவில்லை...
ஆடம்பர பொருட்களும் தேவையில்லை...
கனவு ஒன்றை கையில் எடுத்து
காலம் முழுவதும் மனநிறைவோடு
வாழ்க்கையை கடக்கவே ஆசைப்பட்டாள்....

மனம் சொல்வதை கேள்
என கூறும் தந்தை...
எத்தனை தடங்கல் பாதையில் இருப்பினும்...
அனைத்தையும் மீறி
முன்னேறி செல்வது தான் வெற்றி
என கூறும் தாய்...
கிடைப்பதுவே வரம் தான்....
அவளுக்கு அனைத்தும் கிடைத்தது...
கேட்காமலே, விரும்பும் அனைத்தையும்
கையில் வந்து கொடுத்தனர்...
தான் விரும்பும் அனைத்தையும் கொடுத்தனரா...
இல்லை கொடுத்ததை மட்டும் விரும்பினாளா....

இன்று வரை அவளுக்கு தெரியவில்லை...

பெண் என்பதாலா...
சமூகத்தினாலா... ஆணாதிக்கமா...
ஏதோ ஒன்று... எதுவாக இருப்பினும்...
மாற்றவேண்டியது...
நான் தானே... நாம் தானே...
நீ வாழும் இடத்தை குப்பை என கூற
ஆம் என்று கூறி, அதனுள்ளே வாழ்வது தான் வாழ்க்கையா...
எத்தனை கேள்விகள் அவளுள் ஓடினாலும்...
அனைத்திற்கும் கண்ணீரே பதிலாவதன் காரணம் என்ன...
அவள் ஆசைகளையும் கனவுகளையும்
தொலைப்பது வலித்தாலும்...
தனது வலிமை என எண்ணியவையே
வலியை தருவதுதான்....
கண்ணீரை பெறுக செய்கிறது....

அட... கண்ணீர் கசிந்து விட போகிறது...
மீண்டும்... வலியால் பெருகி வரும் கண்ணீரை...
வேறு வழி இன்றி... சிரித்தபடி மறைத்தாள்...
எவ்வளவு நாட்களுக்கு என்று தான் பார்ப்போமே...

- சத்ய ஜோதி. கா

"போராட்டம் தான் வாழ்க்கை என்று வாழாதே...ஏனெனின் போராடியேனும் வெற்றி பெறுவது தான் வாழ்க்கை..." கனவில் கண்ட அனைத்தும் கிடைத்துவிடாதா என்ற ஏக்கமும் ஆசையும் மனதில் கொண்டு, போராடி வெல்லும் நோக்கத்துடன் எழுதும் நான், இளங்கலை மூன்றாம் ஆண்டு பயிலும் மாணவி, சத்ய ஜோதி காமராஜ்.

7. ஓர் தேநீர் கிறுக்கன்

அன்று ஓர் அழகிய நாள்...
அந்திசந்தி கூடும் வேளை..
தேகம் தழுவி இமைகளை மூட வைக்கும் மென்காற்று....
மண்ணை தொட மனமின்றி மிகுந்த யோசனையுடன்
பொறுமையாய் தூறும் மழைத்துளிகள்.....
உடலெங்கும் ஏனோ ஓர் சிலிர்ப்பு....
அகம் முழுதும் அவள் எண்ணம்...
கண்களில் அவள் முகம் ...
அவள் அருகே நான்
கை பிடித்தேன் அவளை....
என் அருகே கொண்டு சென்றேன்...
என்னே!...அவளின் வாசம்
அள்ளிப் பருகினேன் அவளை...
அவள் பெயர் "தேநீர்".

- பகத்சிங் . செ

உயிர் நீர்

கார்மேகம் சூழ்ந்திருக்க,
காதோரம் தென்றல் வந்து கவிபாட
விண்ணகத்து போர்வையிலே விரிசல்கள் உண்டாக,
மண்ணகத்து வெளியினிலே காத்திருக்கிறேன் உன்னை காண.
அடை மழையாய் கொட்டுவாய் என்று எண்ணி
குடைபிடித்து நான் நடந்த போது,
சாரலாய் தூறி விட்டு சற்றே ஏமாற்றி விட்டாய்
பின் , சாரலாய் நீ இருப்பாய் என்று எண்ணி
மெத்தனமாய் திரிந்தபோது
மொத்தமாய் என்னை நனைத்து விட்டாய்,
ஒற்றை நிமிடத்தில்.
முணுமுணுத்தபடி
நனைந்த உடையோடு முற்றத்தின் முன்செல்ல,
மண்ணோடு கலந்திட்டு, கவின்மிகு காட்சி தருகிறாய்.
அளவாய் பொழிந்து அனைவரையும் மகிழ்வித்த நீ,
அளவில்லாமல் பெய்து,
வெள்ளமது சூழ்ந்துவர, உள்ளமதை பதைபதைக்க
அள்ளி வரும் புயலாக கலக்கமடைய செய்கிறாய்
என் செய்வோம் நாங்கள் ?
உலகமதை மறந்த காதலர்கள் போல
உனையன்றி வேறேதும் அறியாமல் வாழ்கின்றோம்....

- பகத்சிங் . செ

நான் மதுரையைச் சேர்ந்தவன். அமெரிக்கன் கல்லூரியில் பணியாற்றி வருகிறேன் மேலும் சுருக்கெழுத்து ஆசிரியராக உள்ளேன். சற்று தமிழின் மீதும் இசையின் மீதும் ஆர்வம். அனைவர் மீதும் அன்பு கொண்டவன்.

ச. மீ. லெட்சுமி கௌரி & மு. யாமினி சோனா வைஷ்ணவி

8. பூ

அம்மா அன்புடன் செய்வது அணைப்பு
ஆடி மாதம் உழவர்கள் செய்வது விதைப்பு
இல்லாள் விரும்புவது குழந்தையின் சிறப்பு
ஈன்றெடுத்தவள் விரும்புவது குழந்தையின் சிறப்பு
உடலில் ஓடும் குருதி சிவப்பு
ஊடலில் பிரிவு தவிப்பு
எல்லோரும் விரும்புவது களிப்பு
ஏழேழு ஜென்மம் துணை வருவது படிப்பு
ஐயமிட்டு உண்பதே மனிதனுக்கு மதிப்பு
ஒருநாளும் உன்னை மறவாதிருப்பது உயிர் நட்பு
ஓங்கிய புகழோடிருப்பதே சிறப்பு
ஔடதமில்லாது வாழ்வது மிகச்சிறப்பு (பூ).

பெண்

பொன்னை மதிக்கும் காலத்தில்
பெண்ணுக்கேது மதிப்பு !
பலர் பார்ப்பது தங்கக்காப்பு
சிலர் பார்ப்பது பெண்ணின் புன்னகை பூ !

பணமிருந்தால் கொடுப்பர் மதிப்பு
குணம் மட்டுமிருந்தால் காட்டுவா◌ வெறுப்பு !
பணப்பேய்களிடத்தில் பெண்
குமுறி அழுவதை விட பொங்கி எழுவது சிறப்பு !

அப்பா

என்னை நினைத்து தன்னை மறந்தவா◌
என்னை தன்னுயிராக நினைத்தவா◌
எனக்காக எதையும் செய்தவா◌
என்னை தன் இறுதி மூச்சு வரை நினைத்தவா◌
என்னால் மறக்க முடியுமா.....
என்னால் அவரை நினக்காமல் தான் இருக்க முடியுமா
அப்பப்பா அப்பாவின் நினைவுகள் என்றென்றும்
என்னில் நீங்கா நினைவுகள் - அவரைப் போல்
எனக்கு வேறில்லை உறவுகள் !

மே.நா.சு. ஜெயந்தி, பி.காம், எம். ஃபில். (இந்தி), உதவி பேராசிரியை,
தி அமெரிக்கன் கல்லூரி, மதுரை.

9. ஆசை

அன்பின் ஆசை, அன்பு மகளின் ஆசை

தாயான பிறகும் குழந்தையாக ஆசை
தாய்மடியில் தவழுகின்ற ஆசை
கால் நூற்றாண்டு கடந்தும்
தந்தை கை பிடித்து செல்ல ஆசை

கனவான ஆசை கனவுகளிலும்
உன்னை காண ஆசை

நான் காணாத ஒன்றை
நடந்தி வைக்க ஆசை
மீண்டும் ஒருமுறை மணமேடையில்
நிருத்தி வைக்க ஆசை

வாழ்ந்த உங்களிடம் வாழ்த்து பெற ஆசை
இருமணம் இணைந்த இந்நாளில்
மறுமுறை வாழ ஆசை
வாழ்த்து பெற்ற உங்களிடம்

வாழ்ந்து காட்ட ஆசை

வாழ்ந்த வயதில்லை
ஆசையாய் கேட்கின்றேன்
இவையனைத்தும்
செய்து காட்ட ஆசை

- கணேசன். ர

கணேசன் ர,
முதுகலை கணினி அறிவியல்,
கவிதை கிறுக்கன்,
நினைவுகள் மட்டுமே நிலையானவை.

10. தீமையிலும் நன்மை

நடந்தது கனவா, நினைவா
இனிமேல் இப்படி நடக்குமா !
நடந்தால் இதுபோல் இருக்குமா
விடை இல்லா வினாக்கள்
ஆச்சிரியங்கள் ஆனால் உண்மைகள்
பரபரப்பு இல்லாத காலைகள்
பள்ளிக்கு செல்லாத பிள்ளைகள்
வாகனம் இல்லாத சாலைகள்
பணிக்கு செல்லாத ஆண்கள்
அதிசயங்கள் அல்ல அனுபவங்கள்
மாற்றங்கள் இல்லாத வாழ்க்கை
என்று நினைத்தவர்களுக்கு
மாற்றத்தை கொடுத்தது இயற்கை
ஆடம்பரம் இல்லாத விடுமுறை
இனிமேல் இப்படி நடக்குமா?
நடந்தால் இதுபோல் இருக்குமா?

- நா.பா.சுபஶ்ரீ

மழலைச் செல்வம்

கடவுளுக்கு ஒரு விண்ணப்பம்
அனைவருக்கும் கிடைக்க வேண்டி
இல்லை என்று சொல்லாமல்
நீ இட(போட) வேண்டும் கையொப்பம்
கிடைத்தவர்களுக்கு பெருமை தெரிவதில்லை
கிடைக்காதவர்களுக்கு கொடுமை தாங்கவில்லை
கேட்பவர்களுகக்கு எல்லாம் நீ கொடுப்பதில்லை
நீ பெற்ற பிள்ளைகளிடம் ஏன் இந்த பாகுபாடு!
"இல்லை" என்ற சொல்லே இல்லாமல்
அனைவருக்கும் கிடைக்க செய் இறைவா.

- நா.பா.சுபஸ்ரீ

பெண் முன்பும் பின்பும்

திருமணத்திற்கு முன்பு

எங்கள் வீட்டின் குலதெய்வம்
இது அப்பா
எங்கள் வீட்டின் மகாலெட்சுமி
இது அம்மா
எங்கள் வீட்டின் சேட்டைக்காரி
இது அக்கா
எங்கள் வீட்டின் தேவதை

இது அண்ணன்
எங்கள் வீட்டின் அழகி
இது சித்தி
எங்கள் வீட்டின் செல்லப்பிள்ளை
இது சித்தப்பா
எங்கள் வீட்டின் அறிவாளி
இது தங்கை
எங்கள் வீட்டின் ராசிக்காரி
இது தாத்தா
எங்கள் வீட்டின் சகலகலாவல்லி
இது பாட்டி

திருமணத்திற்கு பின்பு

எங்கள் வீட்டின் கோபக்காரி
இது மாமனார்
எங்கள் வீட்டின் சோம்பேறி
இது மாமியார்
எங்கள் வீட்டின் வேலைக்காரி
இது கணவர்
எங்கள் வீட்டின் சமையல்காரி
இது பிள்ளைகள்
எங்கள் வீட்டின் வேஷக்காரி
இது நாத்தனார்
எங்கள் வீட்டின் ஏமாளி

இது கொழுந்தனார்
அன்று ராணியாக வாழ்ந்தவள்
இன்று போணியாக வாழ்கிறாள்
அவள் எதிர்பார்ப்பது
பொன் பொருள் அல்ல!
அன்பான சில
வார்த்தைகள்...........

- நா.பா.சுபஸ்ரீ

மழை

பயணம் இனித்தது
பாட்டியின் ஊருக்கு சென்ற போது
பயணம் இனித்தது
தோழியுடன் சுற்றுலா சென்ற போது
பயணம் இனித்தது
கலந்தாய்வில் விரும்பிய இடம் கிடைத்த போது
பயணம் இனித்தது
வேலைக்காக வெளியூர் சென்ற போது
பயணம் இனித்தது
கணவருடன் புகுந்த வீடு புகுந்த போது
பயணம் இனித்தது
குழந்தை பெற்று வீடு வந்த போது
பயணம் இனித்தது
பையனை பள்ளிக்கு அழைத்து சென்ற போது

குடும்பத்துடன் படகில் சென்றும்
இன்றைய
பயணம் இனிக்கவில்லை
அருகில் இருக்கும் காப்பகத்திற்கு அல்லவா
செல்கிறோம்!
பயணம் இன்று இனிக்கவில்லை
கனக்கிறது கனமழையால்!

- நா.பா.சுபஸ்ரீ

நான் பொறியியல் பட்டதாரி. கவிதை எழுதுவதில் ஆர்வம் உண்டு.

11. எனக்குள் நீ

உன் நினைவுகள் மட்டும்
சேமிப்புகளாய்...

எதிர்கால பயமின்றி
கழிகிறது காலம்...!

எப்படி-
இப்படியிருக்கிறாய் என
கேள்வி வருகையில்
புன்சிரிப்புடன் நகர்கிறேன்.

பெரும் பொக்கிஷமாய்
எனக்குள் நீ இருப்பதை
யாரிடம் சொல்ல...????

- அன்பு செல்வி

மழையும் அவனும்

வசீகரிக்கத்தான்
செய்கிறது மழை
உன்னைப் போல்...!

எப்போது வந்தாலும்
ஒரு தனி குதூகலம்
வந்து விடுகிறது...!

மழையைக் கொண்டாடி
மகிழ்ந்தது போல்....

உன்னைக் கொண்டாடி
மகிழ்ந்ததில்லை...!

ஆனால்...

என்னைக் கொள் (ல்) வதும்
நீதான் அன்பே....

- அன்பு செல்வி

பிரிவு

ஓய்வென்பதே
உன்னை நினைக்கும்
அக்கணம்தான்...!

கடமைகளை முடித்து
மனதையும் உடலையும்
தளர்த்தி தலை சாயும்
அக்கணம்....

ஓடோடி வருகிறாய்!

இருகை கோர்த்து
தலையணையின் கீழே கைவைத்து
கண்கள் மூடி அகமதை திறந்து
ஆழ்ந்து நோக்க...

புன்சிரிப்பாய் நீ...

பார்த்து பழகிய அக்கணம்
நினைத்துப் பார்க்கவில்லை
நீயில்லாமல் வாழ்வேன் என்று...!

துவக்கம் முதல் முடிவு வரை
அத்தனையும் விதி எனில்...

இறை எதற்கென்று
உதறி மீண்டேன்...!

உன்னிலிருந்து மீள்வது
அத்தனை எளிதாயில்லை...!!!

- அன்பு செல்வி

காதலுடன் காத்திருக்கிறேன்

நீ --
இசைத்த அன்பின் லயங்கள்
என்னைச் சுற்றிலும்...!

கண்மறைவாய் நின்று
கனிந்த பார்வையால்
குளிர்விக்கிறாய் அன்பே..

ஆனாலும்--
எப்போதும் அனலாய்
தகிக்கிறது சினம்!

உன்னையே இழந்த பின்
இழப்பதற்கு ஒன்றுமில்லை...!

இனி வரும்--
பிறவி தோறும்...

உனக்கான-
என் தவம் பலிக்குமென்று
காத்திருக்கிறேன் காதலோடு....!!!

- அன்பு செல்வி

நினைவுகளில் நான்

உன்னுடன் கோபித்த
நிகழ்வுகள்

உன்னுடன் சாண்டையிட்ட
நாட்கள்

நீ கொஞ்சி அழைத்து
உன்னுடன் வரமறுத்த
பல நிகழ்ச்சிகள்

கண்டும் காணாமல்
சென்ற பொழுதுகளில்
இவையெல்லாம்....

உன்னுடன் பேசாத
வார்த்தைகள் கொண்டு
புதுப்பித்துக் கொண்டே
இருக்கிறேன்...

ஆனாலும் முழுமையற்று
நிற்கின்றன

என்னைப் போல்...!

- அன்பு செல்வி

இயற்பெயர்: அன்புசெல்வி

புனைப்பெயர்: இளமதி பத்மா

படிப்பு: MA (Tamil)

கவிதை, கட்டுரை மற்றும் சிறுகதை என்று அனைத்திலும் தடம் பதித்துள்ளேன்.

பத்தாண்டுகள் பத்திரிகையாளாராகப் பணியாற்றிய அனுபவம் உண்டு.

2017-இல் " ஆராதிக்கிறேன் அன்பே" என்ற கவிதை தொகுப்பு வெளியிட்டேன்.

மழைமேகம், ஸ்வரங்கள், ஸ்ரீமதி என்று மூன்று புதினங்கள் எழுதி முடித்த நிலையில் கைவசம் உள்ளது. நான்காவது நாவலாக "தலைமுறைகள்" எழுதிக் கொண்டிருக்கிறேன்.

12. எந்தன் மூச்சு

என் கனவை தூக்கி நிறுத்துவதற்காக
தன் கனவை இறக்கி வைத்தாள்
என் தன்னம்பிக்கையை வளர்ப்பதற்காக
தன் நம்பிக்கையை என்மீது வைத்தாள்

என்னை உறங்க வைப்பதற்காக
தன் உறக்கத்தை உறங்க வைத்தாள்
என் மகிழ்ச்சியை மலர்விப்பதற்காக
தன் உடல் வதைத்து உழைத்தாள்

என் ஆசையை மரமாக்குவதற்காக
தன் ஆசையை முளைக்கவே விடவில்லை
என் மீது எவர்கண்ணும் படாமலிருப்பதற்காக
தன் கண்ணை என்மீதிலிருந்து எடுக்கவில்லை

என் வருங்கால வசதிக்காக
தன் நிகழ்கால ஆடம்பரத்தை இழந்தாள்
என் முகம் வாடாமல் இருப்பதற்காக
தன் முகத்தில் புன்னகையை அணிந்தாள்

என் வாழ்க்கையை முழுமையாக்குவதற்காக
தன் வாழ்க்கையையே துறந்தாள், அவள்தான்
எந்தன் மூச்சு - என் தாய்.

- தூ. க. யோகி ஸ்ரீ

வயது:19, கல்லூரி: அரசு சட்டக் கல்லூரி, மதுரை, பட்டப்படிப்பு:
பி.ஏ.எல்.எல்.பி.-மூன்றாம் ஆண்டு.

13. என் அன்பு கலங்கரை

நான் உன் கருவில் உருவாகும் முன்னரே
என்னை அழகிய வார்த்தைகளால்
உன் மனம் கவர்ந்த சொற்களால்,
என்னிடம் உரையாடிய என் அழகு தாயே!!!
அம்மா என்று நான் அழும் போதெல்லாம்,
மகளே என்று ஓடி வந்து,
என்னை அரவணைத்து, தாலாட்டி, பாலூட்டி வளர்தவளே,
என் தந்தையாய், என் அன்னையாய்,
நல் ஆசனாய், நல் அரவனைப்பாளராய்,
என்னை அனைத்தவளே!!
அன்புக்கு உறைவிடம் நீ!!
அறிவூட்டுவதில் நல் ஆசான் நீ!!
பாடம் கற்பிப்பதல் நல் ஆசிரியர் நீ!!
துன்பத்தில் துணை நிற்பவள் நீ!!
அளவிட முடியாத அன்பால் என்னை நேசிப்பவள் நீ!!
என்றென்றும் உன் அன்பு கலங்கரையுடன்,,

- உன் அன்பு மகள் - கிறிஸ்டி ஞான தீபா. ஜோ

நான் பாத்திமா கல்லூரியில் ஆங்கிலம் இளங்கலை மூன்றாம் ஆண்டு படிக்கிறேன். நான் 'செக்ளூடெட் ஹார்ட்ஸ்' மற்றும் 'தி அர்டேன்ட் ஹார்ட்ஸ்' நூல்களின் ஆசிரியர். நான் பதினைந்திற்கும் மேற்பட்ட நூல்க-ளில் இணை ஆசிரியர். எழுத்தில் ஆர்வமும், காதலும் மிகுதியாக கொண்டவள் நான்.

14. மரம்...!

தன் சுவாசக் காற்றின் மூலம்,
உயிர்களுக்கு சுவாசம்
கொடுப்பது மரம்...!

தான் வாழ்ந்தாலும்,
வாழாவிட்டாலும், மற்றவர்களுக்கு
பயன்பட வேண்டும் என்று
நினைப்பது மரம்...!

சுவாசிக்க முச்சுக்காற்றையும்,
பசிக்கு உணவையும்,
தாகத்திற்கு நீரையும்,
வாரி வாரி வழங்குவது மரம்...!

ஆலமரமே...!
எங்களை ஆள வந்த மரமே...!
எங்கள் தேசத்தை காக்கும் மரமே...!
அனைத்து உயிர்களும் வாழ்விடமாக
விளங்கும் மரமே...!

வறச்சியை தாங்கி பிடித்து
வளரும் மரமே...!
அகன்று காணப்படும் மரமே...!
நிழலுக்கே நிழல் தரும் மரமே...!
மருத்துவ குணங்கள் அதிகம்
பெற்ற மரமே...!
எங்களின் காவல் தெய்வமாக
விளங்கும் மரமே...!
எதையும் கண்டு அஞ்சாமல்,
தனித்து நின்று போராடும் மரமே...!
எங்களின் நினைவுச் சின்னமாக
என்றும் திகழும் மரமே...!
யாவரும் விரும்பும் மரமே...!
ஆலமரமே...!

- சத்திசரவணன்

மேலுள்ள கவிதையின் படைப்பாளர் பற்றி -
வளரும் கவிஞர்... எழுதுவதில் ஆர்வம் அதிகம்... "என் மனம் பேச நினைப்பதை, உதடுகள் பேச மறுக்கின்றன... என் அறிவு சிந்திப்பதை எழுத்துக்கள் பேசுகின்றன..." - சத்திசரவணன்.

15. என் காதல்

நின் காதலை மொழிகயென பலர் கேட்க்க
எந்தக் காதலை உரைப்பேன் யான்?
முறிந்த கிளையியுள்ள புதுத்தளிர்மீது கொண்டதா?
தூவன்னனின் முத்தங்களால் நுணுற்ற இலைகள்மீது கொண்டதா?
சிறுகுரலினால் என்னைச் சிறைபிடித்த குருகுமீது கொண்டதா?
மாடத்தில் பரந்து விரிந்த பச்சைக்கோட்டையினுள்
புதியதென உதித்த வெள்ளைக் குமாரியின்மீது கொண்டதா? - இல்லை
சாயம் போகா நீலப்புடவையை உடுத்தும் ககனம்மீது கொண்டதா?
நித்தம் கோடிக் காதலில் விழுந்த நான்!
எந்தக் காதலை மொழிவேன் நான்?

- ஜெஸ்பா பவுலின். ஸ்

வரம் ஈந்தவள்!

திக்கு தெரியாமல் தவிக்கின்ற போது
அமுதமென அகத்துக்குள் சுரந்து- எனக்கு
சுகமளிப்பதனால் தான் அன்னை
யென்றழைக்க வரம் ஈந்தாயோ!

- ஜெஸ்பா பவுலின். ஸ்

ஜன்னலோர காதலி!

நன்றிகள் கோடி நவில்கின்றேன்
உன் சிறு துளையினால் -என்
அழகு காதலனை இரசிக்கின்றேன்
சுகம் என்ற போதும்
துக்கம் என்ற போதும்-உன்
அருகில் அமர்ந்து ஆறுதல்கொள்கிறேன்
நன்றிகள் கோடி உரைக்க பலர்
மறந்தாலும் ஜன்னலோர காதலியாய்
நான் உனை மறவேனே!

- ஜெஸ்பா பவுலின். ஸ்

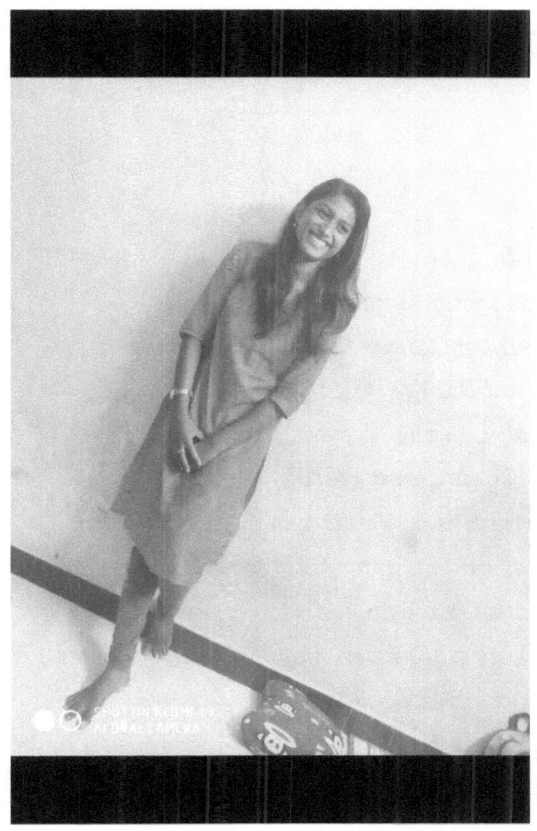

தமிழ் ஆழியின் திரைகளில் களித்துக் கொண்டிருக்கும் இருபது அகவைக் கொண்ட நீலக்காரிகை நான்!

16. என் உயிர் தந்தைக்கு...

தந்தையாகி !
சில நேரங்களில் தாயாகி !
தவறு செய்யும்போது தயாளனாகி!
தவறி விழும்போது தோழனாகி!
வெற்றியில் பங்காளனாகி!
அன்பில் ஆண்டவனாகி!
அரவணைப்பில் ஆசானாகி!
தனக்கென வாழா ஓர் தியாகியாகி!
பாடுகள் பலப்பட்டு,
என்னை பாராட்டுக்கள் பெற வைத்து...
உமது பேரன்பினால் என்னை நனைத்து,
உம் அன்பு மகளாய் என்னை வளர்த்து...
காலங்கள் பல கடந்தும்,
பாடங்கள் கற்றுக்கொடுத்தும்...
பாசத்தை பாங்கின்றி பொழிந்தும்,
உம் பராமரிப்பினால் என்னை அணைத்தும்..
இருக்கும் நீர்
என் தெய்வமே அன்றி
வேறென்ன கூறுவேன்???
என் தந்தையே !

- ஜே.ஜோஸ்பின் ஜெசிகா

என் உயிர் தந்தைக்கு... தந்தையாகி ! சில நேரங்களில் தாயாகி ! தவறு செய்யும்போது தயாளனாகி! தவறி விழும்போது தோழனாகி! வெற்றியில் பங்காளனாகி! அன்பில் ஆண்டவனாகி! அரவணைப்பில் ஆசானாகி! தனக்கென வாழா ஓர் தியாகியாகி! பாடுகள் பலப்பட்டு, என்னை பாராட்டுக்கள் பெற வைத்து... உமது பேரன்பினால் என்னை நனைத்து, உம் அன்பு மகளாய் என்னை வளர்த்து... காலங்கள் பல கடந்தும், பாடங்கள் கற்றுக்கொடுத்தும்... பாசத்தை பாங்கின்றி பொழிந்தும், உம் பராமரிப்பினால் என்னை அணைத்தும்.. இருக்கும் நீர் என் தெய்வமே அன்றி வேறென்ன கூறுவேன்??? என் தந்தையே !

17. மனிதி

இவள் குழந்தைமனம்கொண்டவள்,
குறுகிய மனம் இல்லாதவள்
சிறகடித்துப் பறக்க நினைப்பவள்
சிந்தனைகளில் சிக்கித்தவிப்பவள்
இவளும் காதலிப்பாள் கண்ணாளனை அல்ல
இவள் கண்ணான குடும்பத்தை.
பரந்த உலகை பார்க்க நினைப்பவளுக்கு பறக்க உதவும்

பறக்க உதவும் சிறகுகள் வெட்டப்படுகின்றன.
ஆசையாய் சிலவற்றை எண்ணிடுவாள் ஆனால்
ஆழ்ந்த குடும்ப நிலை எண்ணி விலகிடுவாள்.
எத்தனையோ துன்பங்கள் கடந்திருப்பாள்
எனினும் புத்தம் புதிய சிரிப்புடன் நகைத்திடுவாள்.
பலவற்றை கடந்து சிறகடித்துப் பறக்கும்
இவள் ஒரு புரிந்து கொள்ள முடியா தொடர் கதையே.

- புவனேஸ்வரி. நா

நான் இளங்கலை ஆங்கிலம் படித்து வருகிறேன். நான் இந்த பரந்த உலகை சுற்றி பார்க்க ஆசைப்படுபவள். என் எழுத்துக்கள் என் வாழ்வை மட்டுமல்ல என் வாசிப்பவர்களின் வாழ்க்கையையும் மாற்றி விடும்.

18. விழித்திரு

போட்டி போடும் யுகத்தில்
போட்டி போட விழித்திரு !
கயவர்கள் நிறைந்த உலகில்
கவனமாய் பிழைத்திட விழித்திரு !

ஆடம்பர ஆசையால் அடிப்படை
ஆனந்தத்தை இழக்காமல் விழித்திரு !
பேராசை என்னும் காட்டுத்தீ
பெருமளவு வளராமல் விழித்திரு !

வசீகர பேச்சில் வசந்தத்தை
பறி கொடுக்காமல் விழித்திரு !
வாய்ப்புகளை தவற விடாமல்
வருங்காலம் சிறந்திட விழித்திரு !

கண்ணிருந்தும் குருடராயிராமல் விழித்திரு !
காதிருந்தும் செவிடராயிராமல் விழித்திரு !
முட்கள் பயணங்களில் விழித்திரு !
மூளையால் முன்னேற விழித்திரு !

ஏமாற்றி வாழும் கும்பலிடம்
ஏமாறாமல் வாழ விழித்திரு !
விதிகளை மீறாத நல்மனித
விதையாய் விளங்க விழித்திரு !

- லூர்து சேசு ஜென்சி. ம

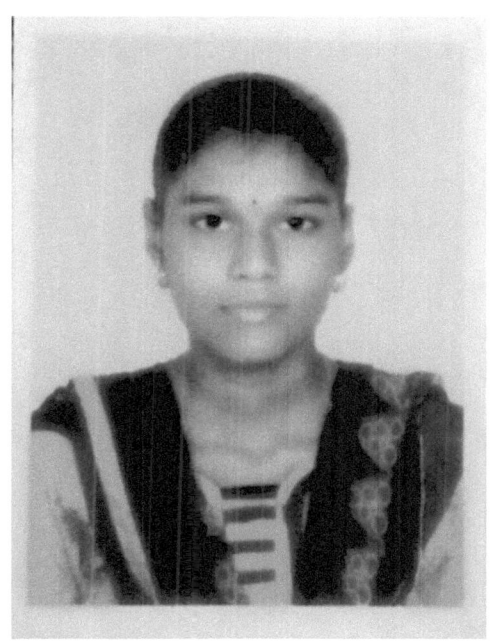

என் பெயர் ம.லூர்து சேசு ஜென்சி. கவிதை எழுதுவதில் நாட்டம் அதிகம். என் சிறுவயதில் தோல்வியை கண்டு அஞ்சினேன். அப்போது தான் என் தோழி அர்ச்சனா-வும் என் பெற்றோரும் சொன்னது "களத்தில் வெல்பவன் வெற்றியாளி ; களத்தில் தோற்றவன் அனுபவசாலி ; களம்

காண அஞ்சுபவன் ஏமாளி " என்று கூறினார். ஏமாளியாய் வாழ விரும்பவில்லை. என் முதல் அடியில் வெற்றி பெற்றேன். பல தோல்விகளை கடந்தேன். இன்றும் ஏமாளி ஆகாமல் வாழ வேண்டும் என்ற வைராக்கியத்தில் எழுதுகிறேன்.....எழுதுவேன்......

19. காதல் மலர்

ஒன்றும் பேசாதே
மௌனமாய் இரு.
காதல் நகர்ந்து கொண்டிருக்கிறது.

நகங்களில் கிழிந்த
நமது நட்புறவை
மீண்டும் வளர்த்தெடு.

பார்வைகளில் பரிமாறிய
இரத்தங்கள் கொஞ்சம்
உடலுக்குள் பரவட்டும்.

நம் பற்றிய நமது சிந்தனைகள்
உடைந்து நிற்கட்டும்.

உன்னில் என்னை இணைத்திருக்க
முடிவெடுத்து விட்டாய்
என் கண்களை மட்டும் மீண்டும்
என்னில் பதித்து விடு.

உன்னைக் காண வேண்டும்.
ஒன்றுமல்ல, எதுவும் பேசாதே.
காதல் மலர் வளர்கிறது.

- ரகுநாத் வ

குளிர்ந்த மீன்கள்

சாலையோர குட்டையில்
நீருடன் தவழும் முட்களற்ற
குளிர்ந்த மீன்கள் அவ்வழி செல்லும்
நீந்தா மீன்களுடைய
பேருந்துகளை மூழ்கும் கப்பல்களாகவே
சித்தரித்துக் கொள்கின்றன.
- ரகுநாத் வ

உணர்

முழுப் பூவிலிருந்து
நான் உதிர்ந்துவிடும்
மடல்களாக கூட
இருந்துவிடுகிறேன்.

உதிரும் என்னை
உணர்ந்து விடும்
மலராக இரு.
- ரகுநாத் வ

கூடை நிறைய புன்னகை

பேரம் எதுவும்
பேசாமல் வாங்கினேன்
விலை மதிப்பற்ற
கூடை நிறைய
முடைபவரின் புன்னகையை...

- ரகுநாத் வ

ஊர் :மதுரை படிப்பு : M.com M.phil ஆர்வம் : உணர்தலை, எழுது-
தல்

20. பெண்கள்

கருவறைப் போராட்டம் கடந்து,
கால்களை மண்ணில் பதித்து,
தோழமை உணர்வில் சிறந்து,
தோள் தட்டிக் கொடுப்பவர்கள்...
மழலைப்பருவத்தில் மகிழ்ச்சிக் கொடுப்பவர்கள்...
அன்பைக் காட்டும் அற்புதத் தாயவர்கள்...
அழகு மயிலாய் நடனம் புரிபவர்கள்...
ஆனந்தக் குயிலாய் இசை மீட்டுபவர்கள்...
இளமைப் பருவத்தில் இமயம் தொடுபவர்கள்...
இன்பக் கூட்டின் இடையில் வசிப்பவர்கள்...
கல்லாய் நிற்கும் வலிமை படைத்தவர்கள்...
கலங்க வைக்கும் பூமித்தாய் அவர்கள்...
காலத்தை உருவாக்கும் வல்லமை கொண்டவர்கள்...
கடமையாற்றும் கற்பின் அரசி அவர்கள்...
கூரிய அறிவால் குலத்தைக் காப்பவர்கள்...
ஈதல் பண்பில் இறைவனாய்த் திகழ்பவர்கள்...
தன்னுயிரில் இருந்து இன்னுயர் கொடுப்பவர்கள்...
இயலாதவர்க்கு இயன்றதை அளிப்பவர்கள்...
உலகம் ஆளும் உன்னதப் பெண்ணவர்கள்...
உண்மை நிலைநாட்டும் உயர்குணம் கொண்டவர்கள்...
சாதனைப் படைக்கும் சரித்திரப் பெண்ணவர்கள்...
சமாதானம் நிலைநாட்டும் சங்கமத் தீவவர்கள்...
இத்தனை குணத்தையும் தன்னகத்தே கொண்டு

இந்தியாவை ஆளப்போகும் இளமைக் கதிரவர்கள்...
எழுந்து வரட்டும்...உலகை ஆளட்டும்...
இளமைக் கதிர்களாம்... பெண்கள்...

- சி.பிரகதீஸ்வரி

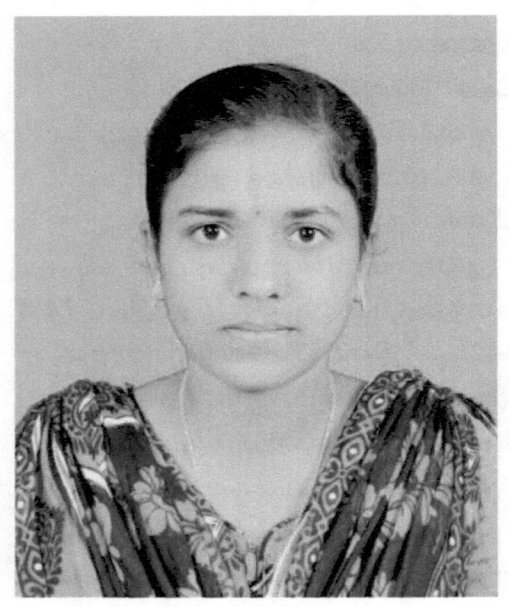

மூன்றாம் ஆண்டு கணிதவியல்,பாத்திமா கல்லூரி, மதுரை.

21. பெண்மையின் பேராற்றல்

அத்தனையும் மறந்து
குழந்தையாக மாறுவாள்
எனக்கு நான் அவள் நெற்றிப் பொட்டில்
முத்தமிடும் நேரத்தில்.

தலை முடியை வருடிவிட்டு
தாயாக மாறுவாள்
எனக்கு நான் அவள் மடியில்
போடும் குட்டி உறக்கத்தில் .

தன்னை மறந்து கதைகளை பேசி
தோழியாக மாறுவாள்
என் கன்னத்தில் அன்புடன்
அவள் விடும் அறையில் :

எத்தனை தொலைவனாலும் எங்கிருந்தாலும்
எனை நினைத்திருந்து
காதலியாக மாறுவாள்
அவள் சிந்தும் சிறு கண்ணீர்த் துளியில்.

மங்கையவள் மார்பு கொண்டு எனை
அணைத்திருந்து
மனைவியாக மாறுவாள்
என்னில் பல மாற்றங்கள் கண்டும்
அதனைப் பொறுத்திருக்கையில்

- மோனிஷா .க

கற்பனையை காதலித்து அதை கவிதை வடிவில் உருவாக்கி ஒவ்வொரு ஆசையையும் எழுத்து வடிவில் முத்தாய் பதிக்கும் இந்த சின்ன பெண் தான் மோனிஷா.

22. அம்மா...

பத்து மாதம் சுமந்து பக்குவமாய் பெற்றெடுத்தாய்!
பாலும் சோறும் ஊட்டி பாசத்தையும் நீ கொடுத்தாய்!
கையூன்றி நான் தவழ எட்டி நின்று நீ ரசித்தாய்!
காலூன்றி நான் நடக்க கை கொடுத்து தூக்கிவிடாய்!
ஆடி, பாடி, நான் ஓட உட்கார்ந்து நீ பார்த்தாய்!
பட்டினியை கண்டதில்லை பெற்றவளே நீ இருக்க!
பள்ளிக்கூடம் சேர்த்துவிட்டாய் பட்டதாரி ஆக்கிவிட்டாய்!
ஆசையெல்லாம் நீ அடக்கி ஆடம்பரம் எனக்கு தந்தாய்!
அத்தனையும் நீ செய்தாய், உனக்கென்ன நான் செய்வெனோ???
எத்தனை நான் செய்தாலும் ஈடில்லை உனக்கு...

- பா. கமலி

பெயர். : பா. கமலி த/பெ : ப. பால்பாண்டி கல்லூரி : அரசு சட்டக்கல்-லூரி, மதுரை. வகுப்பு. : 2 ம் ஆண்டு B. A. LL. B.,

23. அன்புள்ள தோழனே,

உன் பாதம் படவே, அந்த புல்வெளிகள்
தலை சாய்ந்து மஞ்சம் ஆகிறதோ!
உன் கைவிரல் தீண்டவே, உன் வழியோரம்
செவ்வந்தி மலர்கள் பூக்கிறதோ!
உன் இதயத்துடிப்பினை உணர்வதற்கே, அழைபாயும்
காற்று ஒருசமயம் அமைதி ஆகிறதோ!
உன் பார்வை ஆகாயத்தின் மீது விழவே
செவ்வானம் தோன்றுகிறதோ!
உன் வளைந்த மூக்கின் மேல் துள்ளி விளையாடவே,
தூவானம் தூவுகிறதோ!
உன் செவி சாய்க்கவே, விட்டத்தை தொடநினைக்கும்
பறவையே உன்முன் சிறகடித்து பறக்கிறதோ!
உன் உதட்டின் ஓரம் அந்த சிறுபுன்னகையை
காணவே இந்த கவிதை என்னால் எழுதப்பட்டதோ!

- பா.கந்த கிரேசிகா

கந்த கிரேசிகா பெயரைப் போலவே தனித்துவம் வாய்ந்தவள். தமிழ் மீது பற்றும், பல மொழிகள் மேல் மோகம் கொண்டவள். பிரபஞ்சத்தை நேசிப்பவள்.

24. நிலத்தடி நீர்

ஆவியாக போனாலும்
உன் உயிர் சேர வருவேனே,
கல்லாக உறைந்தாலும்
உன் நினைவாக கறைவேனே,
மண்ணோடு மண்ணாய் போனாலும்
உன் மனதுடன் கலப்பேனே,
உன் அருகில்
தடையாக திரை ஏனோ...!
திரை கிழித்து வருவாயா நீ...
உனக்காக காத்திருப்பேனே
திரையுள் மறைவாயா நீ...
திரை விலக்க வருவேனே
நெருப்பு, காற்று, ஆகாயம் போல்
இப்புவியில் வாழுமா நம் காதல்...?

- து. க. சூர்யதர்ஷ்னி

பெயர்: து. க. சூர்யதர்ஷினி கல்லூரி: அரசு ஹோமியோபதி மருத்துவக் கல்லூரி மற்றும் மருத்துவமனை, மதுரை. பட்டப்படிப்பு : பி. எச். எம். எஸ்- நான்காம் ஆண்டு வயது: 21

25. நம்பிக்கை

மண்ணில் விழும் ஏவ்வொரு முறையும்
மடிவேன் என எதிா◌பாா◌த்தாயோ,
தவறி விழுந்தாலும் சரி
தடுக்கி விட்டாலும் சரி,
வீழ்ந்த ஒவ்வொரு முறையும்
விஸ்வரூபம் எடுப்பேன் ,
தரணியில் சாயும் ஒவ்வொரு முறையும்
தனி சாதனை படைப்பேன்.

- ரா.கார்த்திகா செல்வி

3 ஆம் ஆண்டு வேதியியல் மாணவி

26. அன்பெனும் கடல்

மாலை நேரத்து மழையின்
போது நினைக்கிறேன் உன்னை
மழைச் சாரலாய் மாறி
தழுவிச் செல்கிறாய் என்னை
குளிர் காலத்து காற்றின்
போது நினைக்கிறேன் உன்னை
அந்தக் காற்றாய் மாறி
உரசிச் செல்கிறாய் என்னை
அன்பே உன்னை ஆறாய்
எண்ணி ரசித்தேன் - அதனால்
எங்கும் நிற்காமல் ஓடிக்
கொண்டு இருக்கிறாய் - இறுதியில்
ஓர் இடத்தில் நின்றாய்
அங்கு அன்பெனும் கடலைக் காட்டி
கண்ணில் கண்ணீர் பொங்க
அனைத்துக் கொண்டாய்
உந்தன் மார்போடு.....

- வி.சிசுபாஷினி.சு.வே

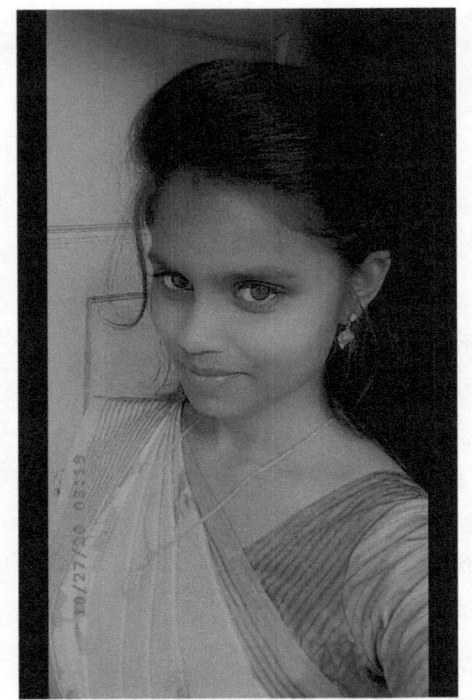

இளங்கலை ஆங்கிலம் மூன்றாம் ஆண்டு

27. தனிமை

தனிமை அமைதிக்கு உறவு
புரிதலுக்கு போதுமான நேரம்
எல்லா தனிமையும் ஒன்றல்ல...
மழலை தனிமை பயம் கொடுக்கும்
இளமை தனிமை கற்றுக் கொடுக்கும்
கற்கும் வரம்பு மனதை பொறுத்தது..
நடுத்தர தனிமை துணையைத்தேடும்.
முதிர்ச்சியின் தனிமை ஓய்வைத்தேடும்...
தனிமை அழகாகவும் இருக்கும்
அழுகையை பரிசளிக்கும்...
தனிமை மனதிற்கு ஓய்வாக மட்டும் இருக்க வேண்டும்...
உங்களுக்கும் தனிமை பிடித்தால்
அழகாக்குங்கள்..
உங்களையும் உங்கள் நேரத்தையும்..

- அர்ச்சனா முத்துக்கார்த்திக்

கணித ஆசிரியை கவிதை ரசிகை புத்தக வாசகி

28. பிறந்தநாள்

ஒவ்வொரு வருடமும் அந்த ஒரு நாளில்
என்ன அதிசயம் நிகழ்ந்தது விடப் போகிறது?
கொண்டாட்டங்களில் மூழ்கி முத்தெடுக்க அந்த நாளில்
என்ன இருக்கிறது?
அர்த்தம் இல்லாத நாளுக்கு
ஏன் இத்தனை எதிர்பார்ப்புகள்?
எல்லாம் இருப்பவர்க்கு அது ஓர் எதிர்பார்ப்புக்கான
நாள் என்றால்.. ஏதும் இல்லாதவர்க்கு
அது ஓர் நிராகரிப்பு......

நிராகரிப்பை மட்டுமே சந்தித்த
அந்த காயப்பட்ட நெஞ்சுக்கு ஏன் ஒரு கண்ணாடி
பிம்பம் போன்ற பிஸ்மில்லா ஒரு நாளில் நிகழ்வு?

நிஜங்களின் மத்தியில் ஏன் ஒரு நிகழ்வுக்கான
கொண்டாட்டம்?
ஒரு கூட்டுப்புழுவானது சிறகு விரித்து பறக்க நேர்ந்த
நாளா?
அல்லது சிறகு விரித்த நேரத்தில்
மலர்கள் யாவும் தம்

மகரந்தத்தை மூடிக் கொள்ளும் நாளா?

கோடியில் ஒருவனுக்கு அது ஒரு கொண்டாட்டத்தின் நாள் என்றால்,
ஏதோ ஓர் தெருக்கோடியில் இருக்கும் ஏழைச் சிறுவனுக்கு அது ஏக்கத்தின் நாள் அல்லவா?
கேக் வெட்டும் கொண்டாட்டத்திற்கு நடுவில்
ஒரு மிட்டாயை வெறித்துப் பார்க்கும் குழந்தைக்கு அது ஓர் ஏக்கத்தின் நாள் அல்லவா?

தன்னை தோள் மீது சுமக்கும்
உறவும்,நட்பும்
வாய்க்கப் பெற்றவன், வாழ்நாள் இன்பத்தை அந்த ஒரு நாளில் அடைகிறான்..

ஆனால் உனக்கு யாருமே இல்லை
என்பதை எடுத்துரைப்பதற்காக மட்டுமே சிலருக்கு ஆண்டில் ஒரு நாள் வரும்...

எத்தனை பேரையும் ஒரே நாளில் சமாளிக்கலாம்
ஆனால் அந்த பேரு எல்லாருக்கும் வாய்ப்பதில்லை....
எண்ணி எண்ணி ஏங்கும்
அந்த ஏக்கத்தின் தாக்கம்
அந்த நாளையே வெறுக்க வைக்கும்.

இன்னும் எங்கோ ஓர் மூலையில் தேங்கி இருக்கும்
ஆசையில் அந்த களிப்பு நாளையே கண்கொட்டாமல்
பார்க்கும் அந்த
அந்த ஏக்கத்தின் நெஞ்சுக்கு............

- ஆ. மெர்லின் மரிய பிரவீணா

❦❦❦

விடியலை நோக்கிய விடியல்

தினமும் காலையில் ஏதோ ஒன்றைத் தேடி விடிகிறது
அவனது நாள்,
சன்னலில் வந்து அந்த தென்றலின் ஸ்பரிசத்தில்
கரைந்து நிற்கிறான்,
அவன் வைத்த ரோஜா செடியிலிருந்து,
அந்த சிவந்த ரோஜா அவனை பார்த்து புன்னகை
பூக்கின்றது......

மேஜை மீது இருக்கும் அந்த செய்தித்தாள்
அவனை ஏற இறங்க வாசிக்கப் பார்க்கிறது.....
அம்மா அடுப்பில் வைத்து
பால் குக்கர்,
அந்த நாளுக்கான துவக்க ஒலியை எழுப்புகிறது....

அண்ணாந்து பார்த்தான்....
அங்கே தெரிகிறது வானம்,
கொக்கும் குருவியும் தன் விடியலுக்கான பயணத்தைத்
தொடங்கிவிட்டன.
அதை பார்த்த அவன்
தன் இயலாமையை எண்ணித் தலை குனிந்தான்....

அங்கே ஒரு தாய்க்கோழித் தன் குஞ்சுகளுக்கான
வாழ்க்கைப் பாடத்தைக்
கற்றுக் கொடுக்கத் துவங்கி விட்டது....

ஆனால் அவனோ,
இன்னும் அந்த சன்னலை விட்டு
நகரவே இல்லை.......

- ஆ. மெர்லின் மரிய பிரவீணா

❦❦❦

வாழ்க்கை என்பது வாழ்வதற்கே

எங்கோ இருக்கும் வானத்தைக் கூட இலட்சியக்
கனவுகள்
தொட்டுவிடுகின்றன,
ஆனால் இங்கே இருக்கும் புவி வாழ்வை தொலைத்து

விட்டு..........

ஊசி மழையில் முகம் நனைத்திடு
அன்னை மடியில் அடைக்கலம் தேடு
காதலிக்கு மீண்டும் ஓர் கடிதம் எழுது
காலைத் தேநீரில் உலகம் மறந்திடு
பிடித்த உலகத்தை உள்ளங்கைக்குள் கொணர்ந்திடு
உனக்கான உலகத்தை உனக்குள்ளேயே தேடு
தேடித் தேடி திரிந்து கிடைக்காமல் சோர்ந்து போ
மரத்தடி நிழலில் அமர்ந்துகொள்
பிடித்த பாடலில் தன்னிலை தொலைத்திடு
குச்சி மிட்டாய்க்குள் உன் குழந்தை உள்ளத்தைத் தேடு
தெருவெல்லாம் சுற்றி வா
மகிழ்ந்து மகிழ்ந்து சோர்ந்து போ
சோர்வு தெளிந்த விழித்துக்கொள்

வாழ்க்கை என்பது வாழ்வதற்கே....

- ஆ. மெர்லின் மரிய பிரவீணா

ஒரு ராஜ வாழ்க்கை....

உட்கார ஒரு இடம்
உறங்க ஒரு கட்டாந்தரை

தட்டிக்கொடுக்க ஒரு கரம்
காலையில் மட்டும் அரை வயிறு கஞ்சி.......

காலை சுற்றி வர ஒரு பாசக்கார தெருநாய்
மழைக்கு ஒதுங்க ஒரு சத்திரம்
எவ்வளவு ஓடியும் வலி தாங்கும் கால்கள்.....
மானம் காக்க ஒரு கந்தல் துணி........

காய்ச்சல் வந்தால் காசு கேட்காத வைத்தியம்....
குழந்தையின் பசிக்காவது ஒரு குவளை பால்....

இது போதும் எங்கள் ராஜ வாழ்க்கைக்கு........

(ஒரு சாமானியரின் குரல்)

- ஆ. மெர்லின் மரிய பிரவீணா

ச. மீ. லெட்சுமி கௌரி & மு. யாமினி சோனா வைஷ்ணவி

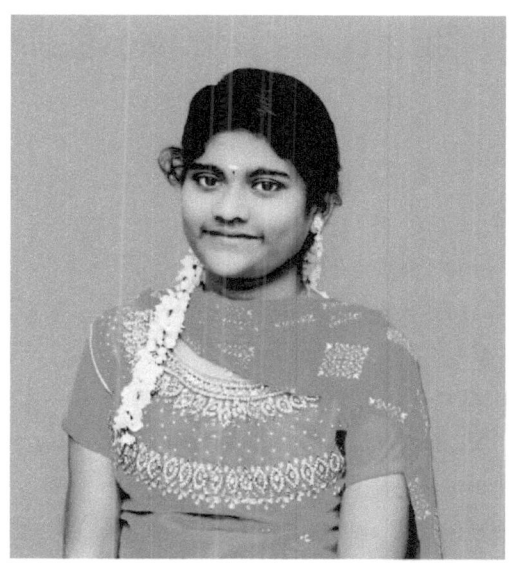

நீண்ட நெடிய பயணத்திற்கான தேடலோடு கூடிய காத்திருப்பில் கரைந்த மனிதி

29. நாடோடிகளின் நாடோடியாக

விரல்கள் தேய வரைந்தேன்.
நான் எதிர்பார்த்தது போல
சூரியன் உதித்தது,
கோவிலில் பூசை தொடங்கியது,
மக்களும் கூட்ட கூட்டமாக கூட தொடங்கின,
நான் எதிர்பார்த்தது போலவே...
நான் வரைந்ததை பார்த்தனர்.
குழந்தைகள் குதுகலித்தனர்.
சூரியன் உச்சி முகர தொடங்கியது.

நான் எதிர்பார்த்தது போலவே...
என் மீது, என் கலை மீது நடக்கத்தொடங்கினர்,
சிலர் எச்சில் துப்புகின்றனர்,
சிலர் தூய்த்து பேசுகின்றனர்,
சிலர் வெயில் குளிர, முகம் கழுவுகின்றனர்.
என் மீதா கழுவ வேண்டும்!

சூரியன் மறைகிறது,
கூட்டமும் குறைகிறது.
நான் எதிர்பார்த்தது போலவே...
இது எனக்கான விடியல் அல்ல

என நினைத்துக்கொண்டு இருக்கையில்,
"அம்மா...இப்படி ஓரமா வா! அழிச்சுராம வா...
இல்லாட்டி தாத்தா புதுசா நாளைக்கு வரையனும்"
சொன்னபடி ஓர் சிறு குழந்தை,
தன் கண் தெரியாத அம்மாவை
வழிநடத்திய தருனம்,
மனிதம் இருக்கிறது என்று
ஆழமாக உணர்த்தியது
என் கண்ணோரம்
வழிந்த கண்ணீர்.

- தா.தாமரை யாழினி

ஆங்கில முதுகலை மாணவி, ஆனால் தமிழ் மூச்சினை சுவாசிப்பவள்.
வாழ்க்கை நிழல்களை வார்த்தைகளால் வடிவமைக்க முயற்சிப்பவள்.
வார்த்தை சிற்பம் நளினமாக இருக்கும் எனும் ஆவலுடன்...

30. ஆளுகின்ற வர்கம்

சமுதாயச் சந்தையில்
சமூக விரோதிகள்
சுதந்திரமாய் உலா வரும்
பூமி இது.
ஏனென்றால்,
பணக்கார முதலைகளும்,
அரசியல் வாதிகளும்,
ஆட்சியாளர்களும் அவர்கள்தான்.
ஆனால்,
ஆளுகின்ற வர்கம்
ஏழை மக்கள்
என்றாகும் போது
சமுதாய சந்தையே தூள்தூளாகும் .
- நா. பாண்டி

நான் இளநிலை அறிவியல் மற்றும் முதுநிலையில் - அரசியல், நூலகவியல், ஆங்கிலம் முடித்துள்ளேன். திருமலை நாயக்கர் கல்லூரியில் நூலகராகவும் மற்றும் அலுவலக கண்காணிப்பாளராகவும் பணியாற்றி உள்ளேன். அதுமட்டுமின்றி மதுரை எட்வர்டு ஹாலில் பகுதி நேர நூலகராக பணியாற்றியிருக்கிறேன். தாழ்த்தப்பட்ட பிரிவு மாணவர்களுக்கு ஆசிரியராக பணியாற்றி உள்ளேன். கவிதை, கதை, புத்தகம் வாசித்தல் மற்றும் சமூக சேவை செய்வதில் அதிக ஆர்வம்.

www.ingramcontent.com/pod-product-compliance
Lightning Source LLC
LaVergne TN
LVHW041532070526
838199LV00046B/1624
9781637813058